D1771546

தானுமானவள்

தானுமானவள்

சல்மா

இயற்பெயர் ராஜாத்தி (எ) ரொக்கையா. திருச்சி மாவட்டம் பொன்னம்பட்டி சிறப்பு ஊராட்சி மன்றத் தலைவியாகவும் தமிழ்நாடு சமூக நலத்துறை வாரியத் தலைவியாகவும் பணியாற்றினார். இரண்டு கவிதைத் தொகுப்புகள், இரண்டு நாவல்கள், ஒரு சிறுகதைத் தொகுப்பு வெளிவந்துள்ளன. 'கனவுவெளிப் பயணம்' என்ற பயணநூலும் வெளியாகி உள்ளது. இவருடைய 'இழப்பு' சிறுகதை 'கதா – காலச்சுவடு' போட்டியில் பரிசு பெற்றது.

சேனல் 4 தயாரிப்பில் இவரது வாழ்க்கையை அடிப்படையாகக்கொண்ட 'சல்மா' என்கிற ஆவணப்படம் கிம் லாங்கினாட்டோ என்கிற பிரிட்டிஷ் இயக்குநரால் இயக்கப்பட்டு நூற்றுக்கும் மேற்பட்ட நாடுகளின் உலகப்பட விழாக்களில் திரையிடப்பட்டு, பதினான்கு சர்வதேச விருதுகளைப் பெற்றுள்ளது.

2006ஆம் ஆண்டு ஃபிராங்பர்ட் புத்தக விழா, 2009 லண்டன் புத்தகக் கண்காட்சி, 2010 சீனாவின் பெய்சிங் புத்தகக் கண்காட்சி ஆகியவற்றில் பங்கேற்றார். சல்மாவின் படைப்புகளை முன்வைத்து நார்மன் கட்லர் நினைவுக் கருத்தரங்கு சிகாகோ பல்கலைக்கழகத்தில் 2007 மே மாதம் நடைபெற்றது.

'இரண்டாம் ஜாமங்களின் கதை' ஆங்கிலம், மலையாளம், மராத்தி, ஜெர்மன், கடாலன் ஆகிய மொழிகளில் மொழிபெயர்க்கப்பட்டுள்ளது; வோடோ போன் க்ராஸ்வோர்டு பரிசு, மான் ஆசியா பரிசு ஆகியவற்றின் முதல் பட்டியலில் இடம்பெற்றது. 'மனாமியங்கள்' ஆங்கிலத்தில் *Women Dreaming* என்ற தலைப்பில் வெளியாகியுள்ளது. 'சாபம்' சிறுகதைத் தொகுப்பு ஆங்கிலத்திலும் மலையாளத்திலும் வெளிவந்துள்ளது. சல்மா கவிதைகளுக்கான மஹா கவி கன்ஹையாலால் சேத்தியா விருதைப் (2019) பெற்றுள்ளார்.

பெற்றோர்: சர்புனிஷா, சம்சுதீன். கணவர் அப்துல் மாலிக். மகன்கள் சலீம், நதீம்.

தொலைபேசி : 9444918604

மின்னஞ்சல் : tamilpoetsalma@gmail.com

சல்மாவின் பிற நூல்கள்
(காலச்சுவடு வெளியீடு)

கவிதைகள்

'ஒரு மாலையும் இன்னொரு மாலையும்' (2000)

'பச்சை தேவதை' (2003)

நாவல்

'இரண்டாம் ஜாமங்களின் கதை' (2004)

'மனாமியங்கள்' (2016)

சிறுகதைத் தொகுப்பு

'சாபம்' (2012)

சல்மா

தானுமானவள்

காலச்சுவடு பதிப்பகம்

● அன்பார்ந்த வாசகருக்கு,

வணக்கம்.

காலச்சுவடு நூலை வாங்கியமைக்கு நன்றி.

நூலின் உள்ளடக்கம், உருவாக்கம், அட்டைப்படம் இன்ன பிற அம்சங்கள் பற்றிய உங்கள் கருத்துகளையும் ஆலோசனைகளையும் காலச்சுவடு வரவேற்கிறது. தகவல், எழுத்து, வாக்கியப் பிழைகள் தென்பட்டால் அவசியம் தெரிவித்து உதவுங்கள். நூல் தயாரிப்பில் கடும் குறைபாடு இருப்பின் மாற்றுப் பிரதி உங்களுக்குக் கிடைக்கக் காலச்சுவடு ஏற்பாடு செய்யும்.

மின்னஞ்சல்: **publisher@kalachuvadu.com**

காலச்சுவடு நாகர்கோவில் அலுவலகத்திற்குக் கடிதம் அனுப்பலாம்.

தங்கள்
எஸ்.ஆர். சுந்தரம் (கண்ணன்)
பதிப்பாளர் – நிர்வாக இயக்குநர்

தானுமானவள் ❖ கவிதைகள் ❖ ஆசிரியர்: சல்மா ❖ © ராஜாத்தி ❖ முதல் பதிப்பு: பிப்ரவரி 2021, இரண்டாம் பதிப்பு: மே 2025 ❖ வெளியீடு: காலச்சுவடு பப்ளிகேஷன்ஸ் (பி) லிட்., 669 கே.பி. சாலை, நாகர்கோவில் 629001

taanumaanavaL ❖ Poems ❖ Author: Salma ❖ ©Rajathi❖ Language: Tamil ❖ First Edition: February 2021, Second Edition: May 2025 ❖ Size: Demy 1 x 8 ❖ Paper:16 kg maplitho ❖ Pages: 104

Published by Kalachuvadu Publications Pvt. Ltd., 669 K.P. Road, Nagercoil 629001, India ❖ Phone: 91-4652-278525 ❖ e-mail: publications @kalachuvadu.com ❖ Printed at Adyar Students xerox Pvt. Ltd., No. 275 Habibullah Road, Triplicane high Road, Opp Triplicane Post Office, Triplicane, Chennai 600005

ISBN: 978-93-90802-94-4

05/2025/S.No. 994, kcp 5790, 18.6 (2) rss

சிஏஏ போராட்டத்திலும் வேளாண் சட்டங்களுக்கு
எதிரான போராட்டத்திலும் உயிரிழந்தவர்கள்,
டெல்லி கலவரத்தில் படுகொலை செய்யப்பட்டவர்கள்,
நீட் தேர்வினால் உயிரிழந்த பிள்ளைகள்
அனைவருக்கும் மிகுந்த மன வலியுடன் . . .

நன்றி

கவிஞர் சேரன், கவிஞர் மோகனரங்கன்,
கவிஞர் சங்கர ராமசுப்ரமணியன்,
எழுத்தாளர் களந்தை பீர்முகம்மது.

பொருளடக்கம்

இருந்தும்கூட	15
பிரியும்பொழுது	16
நாளின் முடிவில்	17
இன்னுமொரு இரவு	18
பயணம்	19
கடல் பழகுதல்	20
அம்மாவின் விருப்பம்	21
அப்போது	23
ஏக்கம்	25
கனவுகள் வராத இரவுகள்	26
சிறியதோர் உலகம்	27
நல்லவேளை	28
புறப்பாடு	29
கேள்வி	30
காரணம்	31
வழி இடை நட்பு	32
பிரிவின் மழை	33

இடைவெளி	34
வெக்கை	36
நினைவுகளின் நிழற்படம்	37
மீறலின் துயரம்	38
விண்ணப்பம்	38
ஆறுதல்	39
நினைவில் பெய்யும் மழை	40
விடுதலை	41
தருணம்	42
கோடை மழை	43
இடையீடு	44
மெலிந்த மாலை	45
வேறொரு பயணம்	47
தானுமானவள்	48
அந்தி	49
நிலை	50
புது மணப்பெண்ணும் புது இரவும்	51
பருவத்தின் நிறங்கள்	52
ஓய்ந்த மழை	53
கனவும் நானும்	54
உடைந்த கனவு	55
ஒருவீடு இருவாசல்	57
காத்திருப்பு	59
இரவு வாசனை	60
வாரிஸ் டயரின் சோதரிகள்	62
உடலும் குருதியும் பிரிந்தபோது	63
மழையின் குட்டிகள்	64
நீரின்றி அமையாது உலகு	65

ஒரு சனிக்கிழமை மாலை	67
மாட்டுக்குப் பெயரில்லை	69
குருதியின் நிறம் ஒன்றேதான்	71
உடலைப் பேசவிடுவோம்	74
ஜிப்பாக்களும் தொப்பிகளும்	76
தனித்த ஒற்றைப்பெண்	79
வயது உடலுக்குத்தான்; கனவிற்கல்ல	80
உறக்கத்தில் பெய்த மழை	81
பிரதிபிம்பம்	82
உடைபடும் மௌனங்கள்	83
என் வீட்டின் இருள் ததும்பும் வரவேற்பறையில் . . .	84
பாட்டிக்கு மிச்சமிருக்கும் . . .	86
கண்ணே . . .	87
எனக்குத் தெரியாது . . .	89
சமன்	90
இறுதிநாள்	91
இந்த உடல்	92
வீடுபேறு	93
தனிமை	95
எனக்கான கூடு	95
பரிசளிக்க இயலாக் காடு	96
விடைபெறும் இளமை	98
காதல்	100
கடந்து செல்லாத மரணம்	101
வலுக்கும் புயல்	103

“கவிதைகளோடு துவங்கிய பயணத்தை கதைகளோடு உரையாடித் தொடர்ந்ததில் விழுந்திருந்தது ஒரு நீண்ட இடைவெளி.

எதன் பின்னால் செல்வது என்று குழம்ப வேண்டிய தேவையேதுமற்று, கதைகளின் வசீகரத்தில் விழுந்து, அவற்றின் கைகளோடு கைகோத்துக் கதைத்து மீண்டதில் இழந்தது சில வருடங்களை... ஆம் கவிதையில் இயங்காத காலங்களை இழப்பாகத்தான் பார்க்கிறேன்.

என்றாலும் முற்றுப்பெறாத கவிதையின் மொழியை மறுபடியும் கண்டடைய நேர்ந்ததும் நிகழத்தான் செய்திருக்கிறது.”

சல்மா

துவரங்குறிச்சி
20.01.2021

இருந்தும்கூட

நட்பொன்று துவங்கும்போது
இன்னொருவர்
இடையே நுழைந்துவிடாதபடி
கதவை மூடித் தாளிடுகிறேன்
பிரிவு நிகழும் வேளையில்
அடுத்த சந்திப்பிற்கான
திட்டமிடலைத்
துவங்கிவிடுகிறேன்
நெகிழ்ச்சியான தருணங்களைக்
கவிதைக்கெனத் திறந்துவைக்கிறேன்
செப்பனிடப்படாத பாதைகளை
நாடியதே யில்லை
இருந்தும்
இந்த இரவில் என் உறக்கத்தின் மீது வடிகிறது
ஓர் துர்ச்சொப்பனம்.

✧

பிரியும்பொழுது

உன்னை விட்டுப் பிரியும் முன்பாக
காண நினைத்தேன்
என்னுள் வேட்கையின்
விதைகளைத் தூவியவாறு
என்வீட்டு முற்றத்தில்
சரிகிற மாலை வெய்யில்
உன்னிடத்திலும்
உன் வீட்டு முன்வாசலிலும்
அப்படித்தான் விழுகிறதா
என.

✥

நாளின் முடிவில்

கழிப்பறையில்
என்னைத் துன்புறுத்தாது
இயல்பாய்ப் பிரிந்தகலும்
மாதச் சங்கடம்

மின்விசிறியின் சுழற்சியில்
உயர்ந்து தாழும் புனிதத்தலத்தின்
புகைப்பட நாள்காட்டி

தோளோடு கைகோத்து
உறங்கும் பிள்ளைகள்
நினைவுறுத்தும்
நிறைவு

தெருவை அவசரமாகக்
கடந்துகொண்டிருக்கும்
இரவு

பதற்றங்கள் குறைந்த
இந்நாட்களில்
தீர்க்கமாய் வீசும் காற்று

வீட்டின் எதிரே தலைவிரித்துக் கிடக்கிறது
குஞ்சுகளின் அரவமற்ற
மரமொன்று.

✤

இன்னுமொரு இரவு

அந்தியின்
இளம் மஞ்சள் கண்ணாடி
வளையலின் விளிம்புடைக்க
வழிகிற ஒளியில்
விசித்திரம் பூணுகிறது
இவ்வேளை

யாரோ
தாளிடப்பட்ட கதவின்
இறுமாப்பைத் தட்டியபடியிருக்க
உள் நுழைகிற காற்று

ஒளி அணைக்க
மௌனம் அலையும் வீடு
இருள் களைந்து
தன் அடையாளம் அணிகையில்
அதன் பொழிவுகண்டு பதறி
நீ எறியும் சொல்லைக் கவனிக்கிற
ஓட்டுத் தாழ்வாரத்துச் சிலந்தி
வலை பின்னித் தின்கிறது
எனதிந்த
வெற்றுப் பெருமிதங்களை.

✣

பயணம்

எங்கு செல்ல
என்கிற கேள்வியில்லை
எதற்காகப் புறப்படவேண்டும்
துளி வருத்தமில்லை
யாரைச் சேர என
ஒரு யோசனையுமில்லை
போகிறேன் என்பதே
போதுமானது

பயணத்தில்
அருகிலிருந்த
பருக்கள் காய்த்த முகத்தவனை
நகரத்து நடைபாதையில்
ஈ மொய்த்துக் கிடந்த தொழுநோயாளியை
மனதிலிருத்தி
எத்தனை காலமென நினைவில்லை
கடந்தே வராமல் நின்றிருந்த பொழுதுகள்

என்ன செய்ய
இந்த மனதை இந்த வாழ்வை.

✤

கடல் பழகுதல்

பழக்கமில்லை
கடலை
கடலாய்ப் பார்த்து

தடைகளற்ற நெடுங்காற்று
உடலைத் தழுவ
உப்பை நுகர்கிறேன்

கடல் துப்புகிறது
அடைகாத்து வைத்திருந்த
ஒற்றைச் செருப்பை
பிளாஸ்டிக் பாட்டிலை
நைந்த காகிதங்களை
தவிரவும்
மரணத்தை
அலையின் மொழியில்
உரையாடுகிறது
என் கால்களிடம்
ஒரு பூமாலை.

நீரைக் கிழித்தபடி நகரும்
படகுகள் பயணிக்கின்றன
கருநீலக் கடலின் முடிவில்
விழுகிற வானை
வெல்வதற்கான வேட்கையுடன்.

நீங்களோ
காத்திருக்கிறீர்கள்
அலைகளுக்கிடையே என்னைப்
படகாக்க
அதற்கு முன்
என்னிடம் கேளுங்கள்
மிதக்கத் தயாராவென.

✤

அம்மாவின் விருப்பம்

அம்மாவைப் பிரிந்து
விடுதிக்குச் செல்லவிருக்கிற
குட்டிப் பையனின் பயணம்
அதிகாலையில் துவங்கிவிடுகிறது

முந்தைய நாளின்
மாலையிலேயே
மர அலமாரிக்குள்
அவிழ்த்துவைத்துப் பத்திரப்படுத்துகிறான்
சிரிப்பை,
சில்லறைக் குறும்பை
உடைந்த பொம்மைகளை
பழுதடைந்த வாகனங்களை
கடநத சில நாட்களாய்
தான் கொண்டுவந்து சேர்த்திருந்த
கிராமத்துத் தெருக்களை.

உறக்கம் இன்னும் கலையாத
அவனது கண்கள்
வீட்டின் உள்ளறைக்குள்
தெருவின் முரட்டு இருளுக்குள்
திரிய
மற்றொரு நாளை அம்மாவிடம்
யாசிக்கக்
காத்திருக்கிறதோ என்னவோ?

அவிழ்த்துவைத்த பின்னும்
அவனது கடைவாயோரம் மிஞ்சியிருக்கிற
சிரிப்பைக் கண்ணுற்றபடி
யோசிக்கிறாள் அம்மா

என்றாலும்

நேற்றுஅதிகாலையில்
வீட்டுத் தோட்டத்தில்
கூட்டிலிருந்து பறவைகளை
விரட்டியடித்த அந்தக் குரலை
எறும்புகள் மொய்த்துவிடாதபடிக்கு
எங்கே பத்திரமாக
ஒளித்துவைத்திருக்கிறான்
என்பதை அறிந்துகொள்ள
மிகவும் விரும்புகிறாள் அம்மா.

✤

அப்போது

அப்பொழுது காதல் இருந்தது

இன்று
நமதிந்த உறவு
நம்முடையது போலவே இல்லை .
தொட்டு உணர விரும்பும்
விரல்களுக்குக் கிட்டுவது
வறண்ட மணலின் நெறுநெறுப்பு .
புதைந்து விருட்சமாகவியலாத
முத்தம்
வெறறு எதிரொலியாகி
காற்றிடம் செல்கிற
விபரீதம் நிகழ்கிறது.

நெருக்கத்தைத் தர மறுத்து
தூரங்களைக் கணக்கிட
ஏதுவாகிக் கொண்டிருக்கிற சந்திப்புகளில்
கூடலின் தருணங்கள்
அபத்தம் கொள்கின்றன .

முடிவில்
எஞ்சுகிற உடல்வாசனை
அனாவசிய நினைவாகி
சுவரோர ஒட்டடையுள்
ஒண்டிக் கொள்கிறது.

இனி இருக்காது
சந்திக்கவியலாத
சந்தர்ப்பங்களுக்கென
முற்றும் வருத்தங்கள்.
பிரார்த்திக்காதே !
முன்னைப்போலவே
இருக்கட்டுமென.
அது
இருக்கட்டும்

காற்று இலைகளை
எடுத்துச் சென்றதற்குப் பிறகு
கிளைகளில் தங்கியிருக்கிற
நிசப்தமென.

✤

ஏக்கம்

பார்க்கச் சென்ற
குழந்தைகள் காப்பகத்தில்
நிறையக் குழந்தைகள் இருந்தார்கள்
மணமாகாத தாய்களுக்குப் பிறந்து
குப்பைத் தொட்டிகளுக்குப்
பரிசளிக்கப்பட்டவர்கள்

எனது இரண்டு கைகளையும்
எட்டுக் குழந்தைகள் பற்றிக்கொண்டு
அறையறையாக வழிநடத்திச் சென்றார்கள்.

புரியாமல் திகைத்த என்னிடம்
தன்னை அழைத்துப்போக
வந்த
தாயாக நானிருக்கலாம்
என்கிற ஏக்கம்தான்
என்கிறாள்
காப்பகத்தைச் சேர்த்துக்
கவனித்துக்கொள்கிற முதியவள்.

✤

கனவுகள் வராத இரவுகள்

வறண்ட நிலங்களாகிக்
கொண்டிருக்கின்றன இரவுகள்
ஓரிரு நாட்களோ
ஒருவாரமோ பொறுத்துக்கொள்ளலாம்.

நல்லதாகவோ கெட்டதாகவோ
ஒருகனவு
மகிழவோ துன்புறவோ
ஒரு நினைவு
வேண்டியிருக்கிறது
மனதிற்கு.

கனவுகள் வராத இரவுகள்
மழை காணாத பாலைவனங்களாகிக்
கொண்டிருக்கின்றன.

✤

சிறியதோர் உலகம்

குழந்தை உலகத்தில்
நுழைவது என்பது
வேறெதைக் காட்டிலும்
அலாதியானதொரு
அனுபவம்
பணிவோ
பாவனைகளோ
பவ்வியமோ
வேண்டியிராத
அவர்களுடனான பழக்கத்தில்
ஓர் அசௌகர்யம்
எப்போதும் உண்டு
ஏதேனும் ஒரு சந்தர்ப்பத்தில்
அவர்கள்
வெளியேற்றி விடுகிறார்கள்
என் அனுமதியில்லாமலேயே
என்னை.

❖

நல்லவேளை

இரண்டு கைகளிலுமாக
ஆறு நாய்களைப்
பிடித்திருந்தான்
அனூப்

மனிதர்களைப் போல
நீளமான உடலோடு ஒன்று
மற்றதெல்லாம்
வெவ்வேறு வகையினது
ஒவ்வொன்றாக ஓடிவந்து
என்னை முகர்ந்துவிட்டு
திருப்தியுடன் அவன் கைகளுக்குத்
திரும்பிக்கொண்டிருக்க
என் குழந்தை கேட்கிறான்
'நாய் விற்பவரா?' என்று

நல்லவேளை
அவன் சொன்னது
அனூப்பின் காதுகளில் கேட்டது
போல
நாய்களின் காதுகளில்
விழவில்லை
நிச்சயமாக.

✤

புறப்பாடு

எல்லாவற்றையும்
பெட்டியில் அடைத்தாயிற்று
சேமித்து வைத்திருந்த
புத்தகங்களை
அணிகலன்களை துணிகளை
மிஞ்சிவிட்ட
ஆசைகளை
நம்பிக்கைகளை
எதுவும் தொந்தரவு
தரவேயில்லை
இருந்தாலும்
முடித்துக்கொண்டு செல்கிற
சம்பிரதாயமான உறவு
கொஞ்சம் பிணங்கிக்
கொண்டுதான்
ஒப்புக்கொள்கிறது.

✢

கேள்வி

அழகானதொரு பனிநாளில்
தூர தேசத்திலிருந்து
தொலைபேசியில்
அம்மாவை அழைத்துக்
குழந்தைகள் பள்ளியிலிருந்து திரும்பியதும்
என்னை அழைக்கச் சொன்னேன்
அழைப்பு வரவேயில்லை
காத்திருந்து சோர்ந்து
நானே மறுபடி அழைத்தபோது
அம்மா சொன்னாள்
அவர்கள் உன்னைக் கேட்கவேயில்லையே என.

✤

காரணம்

வீட்டிற்கு வரவேண்டுமென
அன்பாக அழைத்திருந்தாள்
சினேகிதி

அன்று போகமுடியவில்லை
மறுநாள் தொலைபேசியில்
அழைத்துச் சத்தமிட்டாள்
காலையில் வேலையிருந்திருந்தால்
பிற்பகலில் வந்திருக்கலாமே
என்று

குழந்தைகள் வரும் நேரம்
என்றேன்
முன்னிரவில் என்றாள்
பாவம் கவிதை என்றேன்
குழப்பத்துடன்
தொடர்பைத் துண்டித்தாள்.

✧

வழி இடை நட்பு

நிதமும் பேசிக்கொள்ள
நேரிட்ட போதிலும்
வீட்டு முகவரி
கேட்டதேயில்லை
அவனும்தான்

வீடுகளுக்கு
எடுத்துச் செல்ல முடியாதது
நமதிந்த நட்பு
வீட்டுக்கு
எடுத்துச் செல்ல இயலாத
நட்புகள்
நிறையக் காணக் கிடைக்கின்றன
பூங்காக்களில்
ரயில் நிலையங்களில்
ஷாப்பிங் மால்களில்
குறிப்பாகக் கடற்கரையில்

வீட்டுக்குக் கொண்டு செல்ல
இயலாத நட்புகள்
பாதி வழியில்
தம்மைத் தொலைத்துக்கொண்டுவிடும் சாத்தியங்கள்
இருக்கவே செய்கிறது

என்றாலும்

வெட்டுப்படுகிற நேரம்
வாய்க்கும்பொழுது
பல நட்புகள்
வேரிலிருந்து மிகக் கவனமாகத் தம்மை
விடுவித்துக்கொள்கின்றன
இயலாதவை
தம்மைப் பலியிடக்
கேட்டு மண்டியிடுகின்றன.

✤

பிரிவின் மழை

நம்
கனவுகளெல்லாம்
கலைந்த பிறகு
இது
பிரியும் வேளை

நீ
சென்ற பிறகு
உணவைத் தெருநாய்க்கு வைத்துவிட்டுக் கதவைத்
தாளிட்டதாய்
நினைவு

மெதுவாக வீசுகிறது காற்று
உறக்கத்தைக் குலைக்காத
சிறு சாரல்

இந்த இரவை
இந்தத் துயரத்தை மேலும்
இந்த மழையைப் பகிர்ந்துகொள்ள
இனி யாரும் வரப் போவதில்லை

இந்த மழை
எரிந்துகொண்டிருக்கும்
இதயத்தை
நினைவுகளில் முங்கியெடுத்துக்
குளிர வைக்கப் பிரயத்தனம் கொள்கிறது

ஒலிகள் ஓய்ந்த தெருவில்
தூர்ந்துகொண்டிருக்கின்றன உறவுகள்
நம்பிக்கைகளை உண்டு
பசியாறிற்றுக் காலம்

சிறிது இடைவெளிக்குப் பிறகு
எனது மழைக்காலங்கள் உருவாகின
உன் பார்வையிலிருந்துதானா
என
இப்போது
நிதானமாக யோசிக்க ஆரம்பித்திருந்தேன்.

✣

இடைவெளி

விடுதியில் தங்கிப் படிக்கிற மகனைக்
காண விரும்பிய
எனது தவிப்பை
மறுத்துச் செல்கிறான்
காப்பாளன்

திறக்க மறுத்த ஆளுயரக் கேட்டில்
தலை சாய்த்து
மகன் தெரிவானாவெனக்
கண்களால் துழாவுகிறேன்
மகனுக்கும் எனக்குமிடையே
மிச்சமாகப் போனால்
பத்திருபது அடி தூரமும்
சில கொன்றை மரங்களும்
மட்டும்தான் இருக்கும்

விடுதியின் நீளச் சுவரின்
மேலாகப் பறந்துகொண்டிருக்கிறது
வெண்ணிறப் பறவையொன்று

சலிப்புடன்
அருகாமைக் குளத்திடம்
பார்வையைத் திருப்பியவள்
அலர்ந்து கிடந்த
அல்லிகளைப் பார்க்கிறேன்

மலர்களைப் பார்க்க
என்னைப் போலவே
என் மகனுக்கும் பிடிக்கும்
என்றாலும்

இன்றிவை மனதில் பதிய மறுத்து
வாட்டமுறுகின்றன

கரையில் நின்றிருந்த
பெண்ணொருத்தி
அடம்பிடிக்கிற அவளின்
சிறு மகளைத் திடுமெனக்
குளத்து நீரில் வீசி எறிகிறாள்

அதிர்ச்சியில் உறைந்த எனது தாய்மையை
தண்ணீரிலிருந்து
எழுந்துவரும்
சிறுமியின் அழுகுரல்
துளைக்கிறது.

✤

வெக்கை

பின் கழுத்தை நனைத்துக்கொண்டிருந்த
வியர்வை நசநசப்போடு
மதியத்தைக் கடந்துகொண்டிருந்தோம்

மியூசியத்தின் உள்ளறைகளை
மங்கிய ஓவியங்களை
வெயில் தெறித்த
வறண்ட நிலத்தை
வெம்பிய உடல்களுக்குள்
கனன்று கொண்டிருந்த
இருண்ட புலங்களை
எம்முள்ளிருக்கும் வேதனைகளையும்
வலிகளையும் பிடுங்கியெடுத்து
சிற்ப இடுக்குகளூடாக
புத்தரின் நீளக்காதுகளுக்குள்
பொதிந்துவிட முடியுமாவென்கிற
ஏக்கத்துடன்
எம் துயரங்களை
விதந்து பகிர்ந்தபடிப்
பயணிக்கிறோம்

திருப்பங்களற்று
மறுபடியும் மறுபடியும்
நாம் கடக்கவிருப்பது
வறண்ட புல்வெளிகளாகவேயிருக்க

வெக்கையில் தகிக்கும்
மரத்தடியில்
உலர்ந்த நம் உதடுகளை
உயர்த்தி முத்தமிட்டு
ஒரு மழைக்காலத்தை
உருவாக்க எத்தனிக்க
வானம்
அருளும்
மழை.

✤

நினைவுகளின் நிழற்படம்

பொழியத் தவறிய மேகமொன்று
உதடுகள் உரசிக்கொள்ளும்
நிசப்தத்தில் விழித்திருக்கக்கூடும்.

அதே வானத்தின் கீழ்
அடர்ந்த இரவுகளும்
வெளிறிய பகல்களுமாகப் பொழுதுகள்
துவண்டுகொண்டிருக்க
இரவுகளில்
நீள உறக்கம் .

படுக்கையின் காலியிடங்கள்
குழந்தைகளால் நிரப்பப்பட்டுவிட்டன .
நம்மை நாமே ரட்சிக்கக் கோரிய
இரவு நேரப் பிரார்த்தனைகள்
நம்மோடு சேர்த்து
இவ்வுலகையும் உய்விக்கக் கோருகின்றன
சுருங்கும் தோலும்
தளர்ந்த உடலும்
நம்மைக் கலவரங்களிலிருந்து
விடுவித்திருக்க
உணவு மேசை
டி.வி. பெட்டி
புகைக்காத சிகரெட்
தொப்பி
அதிகாலைத் தேநீர்
இவைகளுடன்
நம்மை நாமே
அங்கீகரித்துக்கொள்கிற
பெருமிதத்தில்
தத்துகிற
காலம்
கொத்தித் தின்கிறது
நினைவுக்குளத்திலிருந்து
மனம் காவிக்கொண்டு வந்த
ஒற்றைத் தருணத்தை.

✤

மீறலின் துயரம்

உயரம் வேண்டிச் சீறும் பறவை
நெகிழ்ந்து கொடாத மேகத்தின்
கூர்விளிம்பில் சிக்கிக் கிழிபட
வானவில்லின்
எட்டாவது வண்ணமாய்ச் சொட்டும்
குருதி.

✦

விண்ணப்பம்

இந்தக் கண்ணீரும் வருத்தங்களும்
உன்னையோ
வேறு யாரையுமோ
காயப்படுத்துவதற்காக அன்று
உன் குற்றவுணர்வுகளிலிருந்து
வெளியேறி
என் வலிகளில் நுழையாமல்
விரும்பி உலர்கிற ஒரு வெளியை
விட்டுக் கொடு
வெகு நாளாயிற்று
குழந்தைமைக்குத் திரும்பி.

✦

ஆறுதல்

இருள் அடைந்த வீட்டில்
தூக்கம் தொலைந்த பொழுதில்
படுக்கைஅறை ஜன்னலினூடே
முழு இரவுக்குமாக
வாசிக்கக் கிடைக்கிறது
ஒரு துண்டு வானமும்
ஓரிரு போக்கிரி நட்சத்திரங்களும்.

✤

நினைவில் பெய்யும் மழை

முற்றுப்பெறாது
பெய்கிற மழையினூடே
திசையினைக் கணித்திடவியலாமல்
தடுமாறி
பேருந்தின் ஜன்னலோரம்
சட்டமிடப்படுகிறது
என் ஓவியம்

குறுக்கிட்டு விலகும்
நனைந்த மரங்கள்
மழைக்காலங்கள்
விலகியோட
உன் நினைவுகள் கோத்த
உடலில்
மறதி பூசி
மெழுகித் துடைத்தபடிக்
காத்திருப்பேன்

நிலைகுலைக்கும்
நினைவுகளற்ற
மழை இரவுகள்
இனியும் வருமென.

✢

விடுதலை

உன்
பிரியத்தின் நிழல்
விழாத நாட்களில்
நான்
நிலவைப் பார்த்ததில்லை
என்னுள்ளே
கசிந்திறங்கும்
ஒளியையும் வெளியேற்றி
கதவடைத்திருக்கிறேன்

இன்று
உன்மீது
நியாயமற்றுச்
சுமத்திய சுமைகளை
அகற்றிக் கடிவாளங்களை விலக்கி
உன்னை ஓடவிடுகிறேன்.

✤

தருணம்

சன்னமான கீறல்தான்
துளி டெட்டால் போதுமானதாயிருந்திருக்கும்தான்
அலட்சியம்
சிறிதென்றாலும்
பெரிய ரணமாகித் தூங்கவிடாமல்
செய்திட
இரவுமுழுதும் பெருகிடும் வலி

இறுகக் கடித்த பற்களுக்கிடையே
அடங்கவும் மறுக்கும்
சீழ் வைத்த காயத்தைச்
சின்னதாகக் கீறி
மருந்திட்டுக் கட்டியவாறே
என் கவனக்குறைவைச் சுட்டும்
மருத்துவருக்குத் தெரியாது
நான் மிகச் சரியான தருணத்தில்
டெட்டாலைப் பயன்படுத்துவதற்கு
இந்தக் கீறல் விழுந்த இடம்
என் குழந்தையின் விரலாக
இருந்திருக்க வேண்டும் என்பது.

✤

கோடை மழை

மழையின்
சிணுங்கலில் குவிந்து
வெய்யிலின்
சிரிப்பில் விரிந்திடும்
துணிகளை
இரு கை நிறைய
அவசரமாகப் பொறுக்குகிறாள்
மாடியேறி வந்த
அந்தப் பெண்

வெய்யிலைத் துரத்தியடித்து
இன்னொரு முறை பொழியத் தொடங்குகிறது
மழை.

✤

இடையீடு

மழைக்கால மாலைப் பயணம்
அதன் எல்லாவித சாத்தியங்களையும்
என்னிடத்தில் விட்டுவிட
என் தூரிகையைத் தொட்டு
பின்னோடிக் கொண்டிருக்கிற
மழை தூறும் மரத்தை

நீர்ப்பிடித்த வயற்காட்டில்
தலை கவிழ்ந்த பயிர்களைத்
தொலைவில் தோன்றும்
பனி மூடிய மலையை
உடைந்த மேகத்தைத்
துழாவும் சிறுகாற்றின்
அழிச்சாட்டியத்தை
ஒதுங்கியிருந்து ரசிக்க
அனுமதிக்காத மழையை

நனைந்த உடலை அலட்சியம் செய்தபடி
என் முகமெதிரே நீள்கிற சிறுவனின்
பிச்சைப் பாத்திரத்தை

நீண்டு கிளைத்த மரக்கிளையில்
நனைந்த சிறகோடு
குறுகி அமர்கிற
பறவையின் கண்களில் மிளிரும்
சிறு அச்சத்தை.

✤

சல்மா

மெலிந்த மாலை

சன்னல் கதவுகள் ஏற்றப்பட்ட
வாகனத்திலிருந்து காணக் கிடைக்கிறது
தெருவோர மதுபானக்கடை

வெளிர்நீல வானத்தையுடைய
அழகிய மாலையைக்
குடித்துத் தீர்ப்பதற்கென
கூடியிருக்கிறார்கள்
யார் பொருட்டும்
ஒளிந்துகொள்ள வேண்டியிராத
அந்த இளைஞர்கள்

அதனாலேயே
வீடுகளை நோக்கிச் சென்று
கொண்டிருப்பவர்களது
பொறாமைக்குரியவர்களாகிறார்கள்.
நுரைகள் வழிய
திறக்கப்பட்டுவிட்டன பீர்பாட்டில்கள்
கொண்டாட்டத்திற்கான தருணங்களை
வரித்துக்கொள்கின்றன
கண்ணாடிச் சுவர்கள்

அழகிய கோப்பைகளில்
நிரப்பப்பட்டுவிட்ட
பொன்நிறத் திரவங்கள்
ஒற்றை வார்த்தைக்கென
காத்திருக்க
சட்டென உடைகிறான் அவன்

கோப்பையைக் கைவிட்டு
முகம் மறைக்கிற கைகளுக்குள்ளிருந்து
வெடித்துச் சிதறுகிறது
மிக இளசான ஒரு துக்கம்

வார்த்தைகளற்ற அவ்வுணர்வை
நண்பர்கள் தம் தோள்களுக்கு
இடம்பெயர்த்துக்கொண்டிருக்க
மதுபானங்களோடு கரைந்து
காலியாகிக்கொண்டிருக்கிறது
வெளிர்நீல நிறத்தையுடைய
மெலிந்த மாலை.

✤

வேறொரு பயணம்

அறியாக் கணங்களில்
இடறி விழுகிற உறவுகள்
தனித்திருந்து
அருந்தும் உணவென நிறைந்தும்
நெருங்காமல் விலக
மீட்க முடியாத
நட்புகளை நல்கியபடித்
தயங்கி மறைகிற காலத்தோடிணைந்து
பரிதாபமாய் உதிரும்
பயனற்ற கற்பனைகள் .

பாதச்சுவடுகள் தாண்டி
எட்டி நடக்கிற
மழையைச் சுழற்றியடித்து
விரட்டித் திரும்பியது
காற்று

விரிந்த உள்ளங் கைகளுக்குள்
சன்னமாய் விழுந்து நிரம்ப
நெருப்பெனச் சிவந்துகொண்டிருக்கிறது

அந்தி

கைவிட்டுச் செல்லும்
காலத்தின் பசிக்கு
எஞ்சிய கனவுகளைத்
தந்துவிட்டு
இனிவரும நாளைத் துவங்க வேண்டும்.
வண்ணத்துப்பூச்சி
தன் அதிகாலைப் பயணத்தை
மலரிலிருந்து
தொடங்குவது போல.

✤

தானுமானவள்

பிறர் அருகிலிருக்கும் வேளைகளில்
பதவிசான பெண்தான்
எனினும்
தனித்திருக்கையில்
வெடித்துச் சிரிப்பாள்
நகைச்சுவை உணர்வு அதிகம் அவளுக்கு

சந்திக்கும் வேளைகளில்
என் உள்ளாடைகள்
நனையாமல் இருந்ததில்லை

ஒருநாள்
மாமரத்தின் மீதேறி நின்றால்
மறுநாளைக்கு
மீன்காரனோடு வம்பு என்று
காய்ந்து கெட்டித்த
எனது தருணங்களைத்
தன் துடிப்புகளினால்
நொறுக்கிவிடுவாள்

ஆடையால் உடலை மூடிப்
பருவத்தைக் கடத்து என
நீங்கள் அறிவுறுத்தும்பொழுது
வரலாற்றிலிருந்தே தன்னைக்
கடத்துவதாகக் குறை சொல்வாள்

தனக்கென ஓரிடத்தை
யாரும் பிச்சையிட முடியாதென்பாள்
நதியின் போக்கில்
பயணிக்கும் தூசு
நதியையே வழி நடத்திச் செல்வது
போன்ற கம்பீரத்துடன்.

✤

அந்தி

தெருக்கோடியில்
பழையதோர் ஓட்டு வீடு

தினம் தினம்
தனமீது வீழும்
ஆலமரத்தின் கனத்த நிழலுக்கு
அது நொறுங்காதது வியப்புத்தான்
அவ் வீட்டைக் கடந்து
நானும் மகனும்
தோட்டத்திற்குச் சென்றிருந்தோம்
சூரியகாந்திப் பூவின் மீது
விழுந்துகொண்டிருந்தது
சூர்யஅஸ்தமனம்
என் மகன் வீட்டிற்குப்
பறித்துக்கொண்டு வந்தது
பூவையா, சூர்யஅஸ்தமனத்தையா?

இன்றைய இந்தப் பயணம்
இனிதுதான்
வாகனத்திலிருந்தபடிக்
கண்ணாடிக்கு வெளியே
உலகத்தையும்
உள்ளே
என்னையும் பார்த்தபடி.

✤

நிலை

கிராமத்து முட்டுச் சுவரில் அமர்ந்திருக்கும் இருள் போல
திட்டமாக
சோர்வு சப்பணமிட்டிருக்கும் கண்களை
எனக்குத் தெரியும்
அவை ஒளியை நேசித்தவை.

அவளது கொலுசுமணிகளை
ஒலிக்கச் செய்த
நீளத் தாழ்வாரத்தின் மீது
தறிகெட்ட காற்று ஓடித் திரிய
தன் இறுதிப் பூவாசனையைத் துறந்த
ஈரக் கூந்தல்.

முக்காட்டு வெளிக்குள்
காற்றுக்காய்த் தவமிருக்கிறது
கம்பீர உடல் குறுக்கி
கூன் முதுகிட்டு
உள் நுழையும் வேனல்
தன் ஏகாந்தத்தினுள் புகுந்து
கொண்டவளை
வெளியேற்றவியலாத் துயரத்தில்
குமைகிறது இருட்டு அறை

சாம்பிராணிக் கோப்பையிலிருந்து
மிதந்துகொண்டிருக்கிற
புகை வளையங்களில்
ரத்தப் பெருக்கென
உறைந்த மீதிக் காலங்களை
இலகுவாக்குகிறாள்.
பள்ளியில் வந்த தூக்கத்தை
எச்சில் தொட்டு விரட்டிய
தீரத்தை
யாரிடமோ பகிர்ந்துகொண்டிருந்த குழந்தை.

✜

சல்மா

புது மணப்பெண்ணும் புது இரவும்

மாலை நேரத்து மஞ்சள் வெய்யில் முகத்தில் வழிய
தயங்கிபடி விடை பெறுகிறாள்
மணப்பெண்

அவளது பர்தாவுக்குள்
முகம் புதைத்தபடி
மலர்களின் வாசனையோடிணைந்த
புணர்ச்சியைப் போதிக்கிறாள் தமக்கை

தானே அறிந்திராத
தடித்த புத்தகத்தின் பக்கங்களைத்
துரிதகதியில் புரட்டுகிறாள்
எந்த நாளில் புணர்ந்து
கருவைத் தள்ளிவைக்கலாம் எனவும்
எதுவெல்லாம் ஹராமாக்கப்பட்டதெனவும்
கூடவே
புணர்ச்சிக்குப் பிந்தைய சுத்த பத்தங்களையும்
சிறிய உருவத்திற்கேற்ற
சின்ன கண்களில் குறுக்கிடுகிற
வாழ்வின் சுகவீனங்களையும்
நைந்துபோன புணர்ச்சியின்
வெற்றுச் சூத்திரங்களையும்
தனக்குள்ளாக ஒளித்தபடி
அவ்வப்போது
வெட்கத்தில் துவண்டு
விழுகிற வார்த்தைகளை
சிறுமியின் அசட்டுத் தன்னம்பிக்கையுடன்
துடிப்போடு கடிவாளமிட்டபடித்
தன் காது தொங்கட்டானில்
சிக்கி மடங்கிய ஆலோசனைகளை
நீவி எடுத்து
அன்றைய முழு இரவுக்குமாகப்
படுக்கையில் படர்த்துகிறாள்
புது மணப்பெண்.

✤

பருவத்தின் நிறங்கள்

மழைக்காலங்களில்
தெருவில் அலையும் சிறுமிகள்
சாம்பல் நிறத் தூறலையும்
வேனிற் காலங்களில்
வியர்வை வழிய
மஞ்சள் வெய்யிலையும் உடுத்துகிறார்கள்

தினமும் கறுப்பு இரவுகளை உடுத்தி
தெருக்கோடி மூலைகளிடமும்
மணல் வெளிகளிடமும்
நட்போடு கிசுகிசுக்கிறார்கள்

தம் கட்டற்ற செயல்களால்
பருவங்களை வண்ண உடையாக்கிக்
காலம் இன்னும் செப்பனிடாத
குட்டி முலைகளின் மீது
உடுத்துகிறார்கள்

பிறகொரு நாளில் மொத்தப் பருவங்களும்
மொத்த நிறங்களும்
ஒரே நிறமாய் உருப்பெற்று
யோனிக் கிண்ணத்திலிருந்து
உருகி வழிய
அவ்வண்ணத்தை வியந்து
வீடுகளுக்குள் சமைகிறார்கள்
சிறுமிகள்.

✤

ஒய்ந்த மழை

ஒரு வேனிற்காலத்தில்
நீ பரிசளித்த
இந்த
நம்
உறவு
ரப்பரைப் போல இளகக்கூடியதாய்
நண்பர்களற்ற நகரமெனப் பரந்து விரிந்ததாய்
ஒருமுறை
உருகிக் கரைந்தோடி
என் மெலிந்த விரல்களுக்கிடையே
எஞ்சிய பிசுபிசுப்பாய் .

மற்றுமொரு நாளில்
நீ அனுப்பிய கடிதம்
தன்னை மடித்துக்கொள்ள
ஒரு வாய்ப்பை வேண்டி
என்னிடம் மன்றாடியதாய்
நினைவு

நம் சந்திப்பு வேளைகளில்
மரங்களின் நிழல் சயனித்திருந்த
இளம்பச்சைநிற ஆற்று நீரில்
காற்று
தன் கணுக்காலை நனைத்திருக்க
சுருங்கி இளைத்த ஆற்றின் முகத்தில்
மழை, புன்முறுவலை விதைத்தது

பிறகு
எப்பொழுது ஏறிற்று
என்று தெரியவில்லை
வெய்யிலின் கடுமையும்
பனியின் நெகிழ்ச்சியுமற்ற
இறுக்கமும்,
இன்று
உன் கடிதத்தைப் போல திறந்தே கிடக்கிறது
காற்றின் கைகளில் நம் காதலைப் போன்றே
மழையும் தீர்ந்திருந்தது.

✣

கனவும் நானும்

காலம்
கண்களில் தேங்கியிருந்த
நாளொன்றில்
நான் கனவுகளை மேய்த்துக்கொண்டிருந்தேன்.
மந்தை ஆடுகள் எனப் பல்கிப் பெருகின கனவுகள்
எப்போதும் அறைக்குள்
என்னோடு உரையாடலுக்கு
இருக்கும் இரவின் ஒலி
செவிகளில் பதுங்க
முதிர்ந்த இரவுகளில்
கனவுகளால் நெய்து
கனவுகளால் நிரப்பி
கனவுகளால் புணர்ந்து
என்னை நானே
மறந்திருந்தேன்
களைப்புற்ற தருணங்களில்
கனவுகளையே தழுவி
முத்தமிட்டு
அதன் வெளிகளில்
அலைவுற்றிருந்தேன்

நான் பருகித் தீர்த்த
சடலங்களாய் மாறிய
கனவுகளைக் கிழித்துப்
பெருவெளியில் துகள்களாகப் படரவிடுகிறேன்

கனவுகள் மொய்த்துப் புசிக்க
கூடாகிக் கொண்டிருக்கிறது
எனதிந்த உடல்.

✤

சல்மா

உடைந்த கனவு

கனவுகள் வழிமறிக்கப்படுகிற காலம் இது
வழிமறிக்கப்படுகிற கனவுகள் வன்கொடுமைக்குள்ளாகும்
காலமும் இதுதான்
விதிக்கப்படுகிற வாழ்விலிருந்தும்
வகுக்கப்படுகின்ற எல்லையிலிருந்தும்
சற்றுமுன் நகரக் காத்திருந்தாள்
அக்குழந்தை.

நிலவு கழுவிவிட இயலாத
ஏறக்குறைய இருண்டுகிடந்த தனது குடிசை வீட்டின்
ஒற்றை அறையிலிருந்தும்
மணம் வீசாத அதன் அடுப்பங்கரையிலிருந்தும்
சற்று வெளிவர
அல்லது
ஒரேயடியாக வெளியேறிவிட
எல்லோரையும் போல
வெளிச்சம் ஒளிரும் வானத்தின் கீழாக முன்னகர
காத்திருந்தாள் அக்குழந்தை..

பாதி இரவுகளில் உறக்க விழிப்பில்
அணைத்துக் கொள்ளத் தாயற்றுப்போனவள்
தனது கனவுகளை அணைத்துக் கொண்டு
உறங்கியிருக்கக்கூடும்...
தனது காலணியின் புழுதி ஓடிய தெருக்களிலிருந்து
தொலைதூர
நகரமொன்றினில் பிரவேசிக்கும் பயணம் ஒன்று
அக்குழந்தையின்
குறுகுறுத்த கண்களில் மிதந்ததை

நான் பார்த்தேன்
கனவுகள் வழிமறிக்கப்பட்டு
வன்கொடுமைக்குட்படுத்தப்பட்ட பிறகு
இருண்டு கனத்த
கயிறொன்றினைக் கூச்சமின்றி
அக்குழந்தையிடம் தந்துவிட்டுக்
கடந்து சென்றது சமூகம்...
உடைந்து நொறுங்கியதொரு கனவு
மிச்சமேதுமில்லாமல்.

(பெரம்பலூர் அனிதாவுக்கு)

✤

ஒருவீடு இருவாசல்

தன் எளிய வீட்டைத்
தன் செயல்களால்
மென்மேலும் எளிமையானதாக்குகிறாள்
அம்மா,
விலங்கின் பணிதலோடு
அவமானத்தினால் பிசுபிசுக்கும் தருணங்களை
உலர்த்தியபடி
மட்கும் மௌனங்களை உதிர்த்தவாறு
புதிரான ஒழுங்குகளைப் பேணியவண்ணம்
தான் சுமந்திருந்த பொதிகளைத்
தனக்குள்ளேயே இறக்கிவைக்கிற
அம்மாவின் வீட்டைப் போலல்ல
புலர்காலைப் பொழுதில் துவங்குகிற
அப்பாவின் வீடு
அது
குரல்களின் உக்கிரத்திலும்
உடலின் உஷ்ணத்திலும்
தகிக்கிறது
வார்த்தைகளைக் கொட்டி
அறைகளையும்
அம்மாவின் மூளையையும்
நிரப்புகிறது.

உடலற்ற குரலும்
குரலற்ற உடலுமாய்
அலைமோதி
ஓங்கிய தோள்களாய் உயர்ந்து நின்று
அம்மாவின் உடலைப் பிழிகிறது.
முதிர்ந்த இரவுகள் தோறும்
உறக்கத்திலிருந்து தட்டி
எழுப்புகிறது அம்மாவின் ஓய்வை
இன்றேனும்
நான் மடியிலிட்டுத்
தாலாட்டி உறங்கச் செய்ய வேண்டும்
என்னுள் விழித்திருக்கிற
அம்மாவின் வீட்டை.

✤

காத்திருப்பு

பிதுங்கும் இடைகள்
சரிந்து தளும்பும் மார்புகள்
பெருத்துத் துருத்துகிற பின்புறங்கள்
ட்ரெட் மில்லில்,
ட்விட்ஸரில்,
ஓடிக் கழியும் தசைகள்
கவனித்தபடி அமர்ந்திருக்கிறாள்

காலை புதிதாக இருக்கும்பொழுதே
வந்துவிட்ட
உடற்பயிற்சிக் கூடத்துப் பணிப்பெண்
அவளது காலம் நமத்துக்கொண்டிருக்கிறது.

அடைபட்ட கதவுகளுககுள்
புழுங்கும் வியர்வையினூடே நிரம்புகிறது.
யாருக்காகவோ அழகூட்டப்பட்ட
யாராலோ அவமதிக்கப்பட்ட
யாராலோ ஆராதிக்கப்பட்ட
கரைந்தோடுகின்ற தசைகளின்
நெடி.

கடிகார முள்நுனியில்
காலம் பதுங்கக்
காத்திருக்கிறாள் அப்பெண்
களைத்து அயர்ந்த உடல்களும்
ஒளியற்ற சூரியனும் வீடு திரும்பட்டுமென
கண்ணாடிச் சுவருக்கு அப்பால்
அகன்ற சாலைகள்
வாகனங்களைத் தூர நகர்த்துகின்றன.
இயக்கங்கள் நீங்கிய சாதனங்களூடே
சிக்கிக் கிடந்த சதைத் துணுக்குகளை
சுரண்டித் துடைப்பவளின்
பசித்த உதடுகள் முணுமுணுக்கின்றன
கொழுப்பெடுத்த சிறுக்கிகள்.

✣

இரவு வாசனை

ஜன்னலுக்கு வெளியே கலைந்து கிடக்கிறது
குளிர்ந்த இரவு

இருளின் கைப் பிடித்து
நடக்கிறாள் அவள்
பனி உலர்த்திய சீன முகம்
கூடுதல் கவனத்தில்
வடிவம் பெற்றிருக்கின்ற
வயது தளர்த்திய, காற்றில் மிதக்கும் மார்பகங்கள்

சாலையில்
மின்னொளி கொட்டும் நிலம்
அவளுடையதாகிறது

காற்றில் ஊர்ந்துகொண்டிருக்கின்ற
ஐரிஷ் மலர்களின் நறுமணம்

காத்திருப்பினூடே
தான் விற்றுத் தீர்த்த
வெய்யில் முற்றிய பகல்களை
குளிரில் பழுத்த இரவுகளை
அறியாத மனிதர்களுக்கென
உடல் சமைந்ததை
நினைவூட்டிக் கொள்வாளாயிருக்கும்

நிகழகாலத்தின் மீது
படிகிறது அவளது இரவு

இறந்த காலத்தின் சீழ்
இன்னும்
காலிசெய்யப்படவில்லை

மீதி இரவில்
தன் வாழ்நாளின் பெரும்பகுதியைச்
செலவுசெய்துவிட்டு
ஒருவன்
அவளிடத்தில் துவக்கவிருக்கும்
இன்றிரவுக்கான பேரம்
இவ்விரவைக் கிழிக்கலாம்
பெரும் ஓலத்தோடு
உருகவிருக்கிற அடர்த்தியான இருள்
அடிவயிற்றுத் தசைக்குள்
கடும் வன்மமாய் உறைய
குளிர் காற்றெங்கும்
இரவு தீயும் வாசனை.

✤

வாரிஸ் டயரின் சோதரிகள்

தம் முறைக்குக்
காத்திருக்கிறார்கள்
அம்மாவின் இறுகப் பற்றிய
கைகளுக்குள் பொதிந்து கிடக்கும்
சிறுமிகளின் யோனிகள்
தைக்கப்படவென
பாலைவனப் பாறைகளில்
சிதறிக் கிடக்கின்றன

கூர்மிக்க
ஆயுதங்களால் அரியப்பட்ட
சிறுமலரினை ஒத்த
கதண்டுகள்
காற்றில் துடிக்கின்றன
குருதியில் நனைந்த
சிறுமிகளின் குரல்
குறிகளை அனுமதிக்காதபடி
வெட்டி இறுக்கி
தைக்கப்பட்டுவிடுகிற
யோனிப் பைக்குள்
சொட்டித்தீரத் தவிக்கும்
சிறுநீரும் தீட்டும்.

உலகெங்கிலும்
யாருடைய உபயோகத்திற்கோ
அணிவகுத்துக் காத்திருக்கின்றன
அதீத பாதுகாப்புடனும் உத்தரவாதத்துடனும்
புத்தம் புதிய யோனிகள்.
காயடிக்கப்பட்ட காம உணர்வோடும்
கடும் வலியோடும்
வரலாற்றின் பக்கங்களில்
கரைந்துகொண்டிருக்கிறார்கள்
வாரிஸ் டயரின்
சகோதரிகள்.

✤

உடலும் குருதியும் பிரிந்தபோது

வற்றிய சுரப்புகளால்
காலம் கீறுகிற
வேறொரு வரைபடமாகிறது
உடல்.

வெறிச்சிடும் யோனி
நீர்வற்றிய குளம்
இருண்மையின் தூறல்களால்
நிரம்பி
நமுத்துக்கொண்டிருக்கும்
உடல்
புதையுண்ட
பதப்படுத்திய நெருப்பு
அவிழ்த்துக்கொட்டி விடப்படுகிறது
உலகை எரிக்க

அன்பின் பிம்பங்கள் கலைய
ஓடைகளாகி வளைந்தோடும்
வலியின் துகள்கள்
காஃப்காவின் க்ரகரை*ப் போல
உருமாறும் உடல்
இரவுகளில்
தன்னைத்தானே இறுகி அணைத்து
முத்தமிட்டு
உரையாடும் உடல் மீதான கற்பிதத்தை.

✣

* 'காஃகாவின் உருமாற்றம்' கதையின் நாயகன் க்ரகர் சம்சா.

மழையின் குட்டிகள்

குதூகலிக்கச் செய்யும்
மழைக்கு முந்தைய வானத்தில்
கனத்த மேகம் ஒன்று
மிதந்து செல்கிறது
ஓட்டமும் நடையுமாய்
குஞ்சுகளும் குட்டிகளும்
பின்தொடர.

✦

நீரின்றி அமையாது உலகு

பனிக்குடத்து நீரில் துவங்கிற்று
நீருடனான பயணம்
உலர்ந்த பூமியின் மீது பெய்கிற மழை
அதன் எச்சங்களை
கழிவுகளை
துர்வாடைகளை
இருண்மைகளை
அடித்துச் செல்கிறது

மறந்துபோன நேசங்களை
புதுப்பித்துத் தருகிறது
ஒரு மழைநாள்

காதலனற்ற
எனது படுக்கையில்
என்னோடு சயனித்திருந்த
இளமையான ஒரு மழை
இன்று தன் அடையாளம்
துறந்து குற்றவாளியாய்
நின்று கொண்டிருக்கிறது.
தன்னால் துயருற்றவர்களால்
சபிக்கப்பட்டு

மரணத்தின் வாடையைச்
சரிசெய்ய முயல்கின்றன
மலர்கள்

உயிரற்ற உடல்
பெயரை இழப்பது போல
மழை வெளியேற்றப்படுகிறது
தன் இயல்பிலிருந்து
வழக்கமாய்
என் குளியலறை
சுவரில் மழை விட்டுச் செல்கிற
வாசிக்கவியலாத ஒரு
மொழி போலன்றி
இம்முறை
தான்அழித்த நகரத்திடம்
மழைவிட்டுச் சென்றது
கடுமையானதொரு
மொழியை.

✤

ஒரு சனிக்கிழமை மாலை

சனிக்கிழமை என்பது
வெறுமனே கிழமை அல்ல
இது ஒரு கூலிக்காரனின் சம்பளநாள்

இரவு விடுதிக்குள் பொங்கித் ததும்புகின்ற
விஸ்கியினூடே
வெடித்துக் கிளம்புகின்ற
இரவு போலல்ல

இது ஒரு கூலிக்காரனின் சம்பள நாள்

நல்ல உணவுக்கான ஒரு இரவு
கடும் உழைப்பினால் கடந்து முடிந்த வாரத்தின் சோர்வு
நீங்க
கனவுகளற்ற தூக்கத்தை
இந்த இரவு நல்கக் கூடும்.

பல நாளைய காதலின் வடிகால்
இன்றிரவாகக் கூட இருக்கலாம்
பள்ளிக்குச் செல்லாத குழந்தைகளோடும்
ஒரு முழுஞாயிறும்
பகல் உணவும் காத்திருக்கிறது

ஒருவார வேலையின் அசதியை
கொஞ்சம் சாராயத்தின் வழியே
இளைப்பாறச் செய்யலாம்
எதிர் வருகிற
ஒருவார கால உழைப்பிற்கான
உணவும் சக்தியுமாக
இந்தச் சம்பளம் மாறக் கூடும்

'சந்தோசமான மக்களுக்காய்க் கட்டப்படுகின்ற
இவ்வீடுகளில் இருந்து'
பெய்யத் துவங்குகிற மழையில்
சூடான தேநீரைப் பருகும் நேரம்
வாய்த்ததற்காகக் கடவுளுக்கு
நன்றிசொல்ல விரும்புகின்ற
ஒரு ஏழையின் நன்றி
மழைக்கோ
கடவுளுக்கோ வேண்டியிருப்பதில்லை

ஒரு சொரணையற்ற சமூகத்தின் மீது
உடைந்து சிதறுகிறது
ஒரு கூலிக்காரனின் சனிக்கிழமை மாலை.

✤

மாட்டுக்குப் பெயரில்லை

ஏழைகளின் உணவென்பதால்
ஊருக்குள் பெயரில்லை மாட்டுக்கு
வாரம் ஒருமுறை பேட்டைக்குள்
மாடறுக்கும் இடத்தில்
பெட்டிக்கடை சாகுலும்
டைலரம்மாவும்
கறி வாங்கிச் செல்வதை
ஏளனம் பேசும் மச்சு வீடுகளின்
குரூரமான கண்கள்தாம் என்னுடையதும்.

நாவுக்கு ருசி என
டிரைவரை அனுப்பி
சில்வர் போணியில் வாங்கி மறைந்து
யாருமறியாமல் சமைத்து உண்ணும்
சிங்கப்பூர் சாதிக் பாட்சாவை
நையாண்டி பேசிச்சிரித்த திண்ணைகளில்
எனக்கும் ஓர் இடமுண்டு

கேரளாவிலிருந்து வந்த மகன்
ஆசையாய் 'பெருசு' வாங்கிச் சமைத்தப் பாத்திரத்தை
பரணுக்கு அனுப்பிய
அம்மாவை எனக்குத் தெரியும்

வெளியூர் திருமண விருந்தில்
இலையில் திமிறிய
துடித்த கறித்துண்டங்களை
'பெருசோ' என
சந்தேகித்து முகம் சுளித்து
இலை மூடிய சகோதரியோடு

நானும் பட்டினியாகத்
திரும்பியிருந்தேன்

மசூதியில் கொடுத்தனுப்பிய
குர்பானி பங்கினை
வாசலில் வைத்தே
'பெருசு' தின்னும்
இடியாப்பக்காரம்மா வீட்டுக்குத்
திருப்பிவிட்ட தந்தையின் முகம்
நினைவில் இருக்கிறது
இன்றைக்கும்

'பெருசு' எனக்கு ஒப்பாது
எனச் சுண்டும் முகங்களையும்
அவற்றில் தெரியும் ஒவ்வாமையையும்
பார்த்துக்கொண்டுதானிருக்கிறேன்

இன்று புரிகிறது
எனது சமூகத்தின் உணவாக
நீங்கள் 'பெருசைப்' பிரித்துப்பார்க்கும் அரசியல்
அதன் பெயரால் நீங்கள் உருவாக்கிய பிரிவினையின்
சூழ்ச்சி
தின்று செரித்த எனது சகோதரன் அக்லாக்கின்
நரமாமிசம்
இனி அனுமதிக்க மாட்டேன்
பெருசு என்ற வார்த்தையை
மாடு என்று உரக்கச் சொல்லவைப்பேன் எனது வீட்டில்
என் தாயின் சகோதரியின் முகங்களிலிருந்து
ஏளனத்தைக் கழற்றிவிட்டு
இயல்பை உடுத்த வைப்பேன்
எங்கள் உணவு மாடென்ற வார்த்தை
இனி எப்பொழுதும்
ஒலிக்கும் எங்கள் வீடுகளில்
மசாலா வாசனையோடு.

✜

குருதியின் நிறம் ஒன்றேதான்

எனது அம்மாவுக்கு வயது அறுபத்தைந்து
பெயர் சர்புன்னிசா
எனது பாட்டிக்கு
முதல் பிள்ளையாக அம்மா பிறக்கும்போது
பாட்டிக்கு வயது பதினைந்து
இன்று
கண் தெரியாமல் கட்டிலில் அமர்ந்திருக்கும்
அவளுக்கு எண்பது வயது
பெயர் ஆமினம்மாள்

எனது உம்மும்மா இன்று உயிரோடு இருந்திருந்தால்
நூற்றிரண்டு வயதாக இருக்கும்
பெயர் கதிஜா
நான் பார்த்திராத
உம்மும்மாவின் அம்மாவிற்கு
நூற்றுப் பதினெட்டு வயதிருக்கலாம்
பெயர் பாத்திமாவாம்

உம்மும்மாவிற்கு ஒரு பாட்டி இருந்திருப்பார்
ஏதேனும் ஒரு இஸ்லாமியப் பெயரில்
நாங்கள் வெகுகாலமாக
இங்கேதான் இருந்து கொண்டிருக்கிறோம்
இது எங்கள் மண் என்று நம்பிக்கொண்டிருக்கிறோம்

அன்றிலிருந்து
இன்றுவரை
தொடர்ந்துகொண்டிருக்கிற
எங்களது நம்பிக்கையிலிருந்து
இந்த மண் எங்களை வெளியேற்றியதில்லை
எந்த ஒரு அசௌகரியத்தையும் எங்களுக்குத்
தந்ததுமில்லை
எங்கள் நம்பிக்கையிலிருந்து
எங்களைப் பின்வாங்க வைத்ததுமில்லை
இந்த வாழ்வைச்
சந்தேகிக்க நேர்ந்ததில்லை
எந்த இடைவெளியையும்
இந்த மண் உருவாக்கியதில்லை
நாங்கள் வளர்த்த பசு
கன்று ஈன்ற முதல் சீம்பாலைக்
கிணற்றில் கொட்டி
இந்தப் பசுவிற்குப் பாலையும்
மண்ணிற்கு நீரையும் பெருக்குவாள்
என் பாட்டி

எங்களது நிலத்திலும்
பேதமின்றிப் பயிர்கள் வளர்ந்தன
எங்களுக்கும் மழை பெய்தது
இப்போதும் அப்படித்தான்

இன்று
யாரோ சிலர்
யாரோ சிலருக்குச்
சந்தேகிக்கக் கற்றுத்தருகிறார்கள்
இம்மண்ணோடான
எங்கள் உறவை
எங்களது நேசத்தை
எங்களது பிறப்பைச் சந்தேகிப்பது போல
அது எங்களைத் துயருறச் செய்கிறது
திடீரென எங்களை
அண்டைய நாடொன்றுக்கு
போகச் சொல்கிறார்கள்

எங்களுக்கு உருது தெரியாது
அந்த நாட்டின் தட்ப வெப்பம் தெரியாது
இதை யாரிடம் சொல்வதெனவும்
புரியாது

டிவி செய்திகளைப்
பாட்டியும் தனது பழுதடைந்த காதுகளில்
கேட்டுக்கொள்கிறாள்
நாங்கள் கவலையோடு பேசிக்கொள்கிற செய்திகளுக்கு
காது கொடுக்கிறாள்
அவளும் கூட
அந்த நாட்டுக்குப் போக வேண்டும்
என்று பகடி செய்யும்போது
கிளிப்பிள்ளைப் போல
இதுதானே
என் ஊர் என்கிறாள்

அந்த நாடு இஸ்லாமிய நாடென்று சொன்னாலும் கூட
இந்த நாட்டின் எல்லை கடக்க
கண் தெரியாத அவள் விரும்புவதில்லை
நெருப்பை மென்மேலும் கொட்டி
நெருப்பை அணைக்க முயல்வதுபோல
வெறுப்பைக் கொட்டி வெறுப்பை வளர்க்க
நினைக்கிறார்கள்
இம்மண்ணோடான
எங்களது நேசத்தை
எங்களது
குருதியினாலேயே துடைத்தெறிய நினைக்கிறார்கள்
பாதைகள் எங்கும் குருதி வழிந்தோட
மூடர்கள் ஆர்ப்பரிக்கிறார்கள்
எம் குருதியின் நிறமும்
இந்த மண்ணின் நிறமும்
எப்போதும் வெவ்வேறாக இருந்ததில்லை
அவை
ஒன்றுபோல கலந்து
இந்த நிலத்தின் மீது படிந்திருக்கும்
எப்போதும்.

✤

உடலைப் பேசவிடுவோம்

என்னை உடலாக நம்புகிற
உங்களிடம் எனதுடல் சற்று பேசட்டும்

என் மனதின் நுட்பங்களைக்
கேட்க விருப்பமில்லாத
உங்களது செவிகளிடத்தில்
அது உரக்கப் பேசட்டும்

தன்னைப் பிரகனப்படுத்துவதற்கான
வலியோடு அது பேசட்டும்

வளர்ந்த பருவத்தில்
வீடுகளுள் தன்னைப் பதுக்கிய
ஒரு காலத்தின் போராட்டத்தை
அது பேசட்டும்.
தன் வெளிர் நிறம் மங்கிய
கழிப்பறைப் பீங்கானில்
சிவந்த ஒரு பட்டுத் துணியென
சிந்திய முதல் தீட்டினை
மொடமொடத்த பழந்துணியில்
ஒற்றியெடுத்த துன்பத்தை
அது பேசட்டும்

நளினங்களையும் அலங்காரங்களையும்
யுகங்களாகப் பேண நேர்ந்த
அவலத்தை அது பேசட்டும்
ஊறத் துவங்கிய
உடலின் காமத்தையும் காதலையும்
தனக்குள்ளேயே
ஒளித்துவைத்த உறுதியை
அது பேசட்டும்

யார் என்றறியா
யாரோ ஒருவனின் காமத்திற்கு;ப
படுக்கையில் தங்கிய கொடுந்துயரை
அது பேசட்டும்

சிசுக்களைப் பெற்றும்
கருக்களை அழித்தும்
புரையேறிய கருப்பையில்
கசியும் வெட்டையின்
துர்வாடையை
முட்டியில் தேங்கிய
மாதவிடாய் வலியை
அது பேசட்டும்

மூடர்கள் வன்புணர்வது உடலை மட்டுமல்ல
ஓயாத இயற்கையை
அதன் சீற்றத்தைச் சுமந்துகொண்டிருக்கும்
ஓர் ஆயுதத்தை.

✤

ஜிப்பாக்களும் தொப்பிகளும்

ஈத்துக்கு முந்தைய நாள்
எனது இரவின் மீது
ஜூனைத்தின் ரத்தம் தோய்ந்த
உடல் ஒரு சிதைந்த சித்திரமாகத் தேங்கியிருந்தது

நான் துக்கப்பட்டு
வெகுநாட்களாகிவிட்டதைத்
தனது மரணத்தின் மூலம்
ஜூனைத் நினைவூட்டி இருந்தான்

இன்று மறுபடியும்
எனது துயருற்ற ஆன்மாவைத் தூசு தட்டிக்
கூர்மையாக்கினேன்
ஜூனைத்தின் குருதியில்
தொப்பலாக நனைந்திருந்த
அவனது கறுப்புநிறக் காலணி
எனது நினைவின் அடுக்குகளில்
மிதந்து திரிகிறது
ஒரு கரும்புகை வளையத்தைப் போல

அதுவொரு வெளிர்நிறக் காலணியாக இல்லாமல்
போனதற்காக
இந்த இரவில் நான்
இறைவனுக்கு
நன்றி சொல்ல விரும்புகிறேன்
கூடவே
அவனது அம்மா சாயிராவின்
கண்ணீர் மினுங்கிய வெளிர்நிறப் பூனைக்கண்ணை
இன்னும் நினைவூட்டியபடி இருக்கிறேன்

என் வாழ்நாளெல்லாம்
அந்தக் கண்கள் அருகிருக்கும்
என்று ஏனோ மனது சொல்லிக்கொண்டிருக்கிறது

எண்ணற்ற இந்தியப் பெண்களைப் போலவே
ரத்த சோகை பிடித்த வெளிறிய நிறமும்
சற்றுக் கூரான நாசியும் சாயிராவுக்கு

நடுவானில் மிதக்கும் பிறை நிலவு
உடைந்த பளிங்குப் பீங்கானின்
சில்லாகக் கண்சிமிட்டிக் கொண்டிருக்கிறது
படபடக்கும் இதயத்தைத் திடப்படுத்தி
நான் யாரெனவும்
எனது பிள்ளைகளின் அடையாளம் குறித்தும்
யோசனையில் வீழ்கிறேன்

அது என்னை அடிவயிற்றில்
கைவைக்கச் செய்து
கழிப்பறைக்குள் குடியேற்றுகிறது
மனித உயிரின் விலை
மாட்டின் உயிரை விட மலிவானது
உண்மைதான்

எவ்வளவு மலிவென்பதை
இவ்வுலகிற்குப் புரியவைக்க
ஜூனைத் உயிரைவிட்டிருக்கிறான்
குழந்தைகள் கொல்லப்பட
அவர்கள் அரசியல் பேச வேண்டியதில்லை
அடையாளங்கள் போதுமானதாக இருக்கும் என்கிற
செய்தியை
என்னைப் போன்ற
தாய்மார்களிடம் விட்டுச் சென்றிருக்கிறான்

உணர்வுப்பெருக்கோடு கசியும் கண்ணீரில் மிதக்கும்
இந்த இரவை
அச்சத்துடன் பார்த்துக்கொண்டிருக்கிறேன்
அடுத்து வரும்நாட்கள் மீதும்
அண்டை வீட்டார் மேலும்
நிராதரவான ஐயத்தை அவன் விட்டுச் சென்றிருக்கிறான்

இன்னும் சற்று நேரத்தில் விடிந்துவிடும்
ஜூனைத்தின் பெருநாளுக்கான
ஷாப்பிங்கில் ஜிப்பாவும் தொப்பியும் இருந்திருக்கும்

அவை அந்த பிளாட்பாரத்தில்
அல்லது ரயிலில்
யாருடைய காலாலோ
கடும் வெறுப்போடும்
நகைப்போடும்
உதைத்துத் தள்ளப்பட்டிருக்கும்
பெருநாள் விடியலுக்காகக் காத்திருக்கும்
இந்த வெளிர் இரவினை
நான் வெறித்துப் பார்க்க ஆரம்பிக்கிறேன்
காலைத் தொழுகைக்கு உடுத்துவதற்காக
வளர்ந்த எனது பிள்ளைகள்
ஹாங்கரில் தொங்கவிட்டிருக்கிற
இரண்டு புத்தம் புதிய ஜிப்பாக்கள்
ஒரு ஜோடித் தொப்பிகள்
வெறும் உடைகளாக அன்றி
அடையாளங்களாகப் பரிமாணம்கொள்கின்றன.

✣

தனித்த ஒற்றைப்பெண்

ஒற்றை தனிப்பெண்
வசிப்பதற்கான வீடுகள்
இந் நகரில்
இன்னும் கட்டப்படவில்லை

அவள்சொல்கிற உண்மைகள்
பொய்களாக மாறி விடுவதால்
அவர்கள் பொய்கள் சொல்ல
பழகிக் கொள்கிறார்கள்
அவளது அண்டை வீடுகளில்
கதவுகள் எஃகினால் செய்யப்பட்டவை
எத்தகைய சந்தர்ப்பத்திலும்
நெகிழ்ந்து கொடுக்காதவை
கருணை அற்றவை

அவள் வசிக்கும்
தெருவில் உள்ள
மனிதர்களின் அழுக்கடைந்த
மூளைகளில்
அவளை
குடியேற்றிக் கொள்கிறார்கள்

அவள்வீட்டிற்கு வரும்
எலக்ட்ரீசியனும்
கேபிள் டிவிக்காரனும்
அதீத பகட்டினை
வெளியில் காட்டி
கொள்கிறார்கள்.

அவளின்படுக்கையறை குறித்து
புனையப்பட்ட கதைகளுக்காக
காத்திருக்கும் காதுகளுக்கு
தெருவில் பஞ்சம் ஏதுமில்லை
தனித்திருந்து வாழும் பெண்கள்
கற்பனைகளுக்கும்
நிஜத்திற்குமிடையேயான
வெளியில்
மர்மங்களோடு வாழப்
பழகிக் கொள்கிறார்கள்.

✤

வயது உடலுக்குத்தான்; கனவிற்கல்ல

ஐம்பதாவது வயதை நோக்கிய நகர்வில்
மிச்சமிருக்கின்றன
வாழ்வதற்கென்று
சில வருடங்களும்
சிறு கனவுகளும்

கேரளாவில் நேற்றிரவு
என் வயதுத் தோழியின் வீட்டில்
அவளுக்குப் பரிச்சயம் ஆன
புத்தம் புதிய
பழமொன்றை
முதன்முதலாய்ச் சாப்பிட்டேன்
புளிப்பும் இனிப்பும் கூடிய
அப்பழத்தைச் சந்திக்க
அரை நூற்றாண்டைக்
கடந்திருக்கிறேன்.

தசைகளுக்கு வயது முதிர்வதை
சருமம் சுருங்கி உடல் தளர்வதை
சம வயதுத் தோழியுடன்
விவாதித்தேன்

நிலத்தின் ஈர்ப்புவிசை
தசைகளைக் கீழிறக்கும்
நிலவில் வசித்தலே
சாத்தியமற்ற தீர்வு
என்றாள்
யதார்த்தம் எங்களது
கூர் மங்கிய நினைவுகளுக்கு
அடியில் வழுக்கிச் சென்றது
இனியாவது
பிறரது கண்களிலிருந்து நழுவு
இதயத்திற்கு
நெருக்கமாய்ச் செல் என்றாள்.

உறக்கத்தில் பெய்த மழை

நேற்றிரவும் மழை

உறங்குவதற்கென்று
உடனழைத்து வந்த
அதன் குரல்
கிளம்புவதற்கு மனமற்று
என்னருகிலே சயனித்துவிட்டது போலும்
படுக்கையும் தெப்பமாக மிதக்கிறது.

✤

பிரதிபிம்பம்

என்னைப் போலவேதான் இருக்கிறாள் மகள்
சிறு காற்றுக்கும்
ஒடிந்து விழப்போகிறது போலும் உடல்

மெழுகுவத்தியின் சுடர்
வழியும் நிறம்

செழித்த கன்னங்களில்
வெடித்துக் கிளம்பும் பருக்கள்

என் விரல்களுக்குள் தேங்காது குழைந்து
நழுவும் சருமம்

மிருதுவான மிதந்து அலையும் முடிகள்

பிறர் கண்ணில் விழும் வயது

சூரியனின் கனல்
அவள்மீது
அவ்வளவு கனிவாய் வீழ்கிறது
அவளது தோள்களில்
கேசத்தைத் தவிர
சுமையேதும் இல்லை

எங்களுக்கிடையே கடக்க முடியாத
சில பத்து வருடங்கள்
விழுந்துகிடக்கின்றன
என்னைப் போல் இருக்கிறாள் என்றாலும்
அது நானில்லை
என்கிற எதார்த்தம்
பொறுமலாய் வழிகிறது.

❖

உடைபடும் மௌனங்கள்

அவிழ்த்துவைக்கப்பட்ட உள்ளாடையிலிருந்து
மீண்ட முடிகள்
தம் இறுக்கம் தளர்ந்து
ஆசுவாசம் கொள்கின்றன
அவற்றின் பெருமூச்சில்
அதிர்ந்து நகர்கின்றன
அறைச்சுவர்கள்.

உள்ளாடைகளுக்குள்
பதுங்கிக்கிடக்கிற
அவமானமும்
முடிகளை மூடிக் காக்கும் உடைகளின்
இறுமாப்பும் ஒருசேர நிகழ்கின்றன

சிநேகிதியின் உடலின்
களைந்திடாது
சலம்பும் முடிகள்
முழு நிர்வாண
சிற்பங்களைப் போல
சுதந்திரமானவை

உள்ளாடைகள் போலவே
முடிகள் கிளர்ச்சிக்கான
தூரங்களைப்
பேணுகின்றன

நீண்டு வளர்ந்த முடிகள்

துயரென உணரும் பெண்களின்
உடலில் ஓர் அங்கமாக
உடைக்கமுடியாத விலங்கென
அவர்களோடு
மாறிப் போகின்றன.

✣

என் வீட்டின் இருள் ததும்பும் வரவேற்பறையில்
நாங்கள் மூவரும் அமர்ந்திருந்தோம்

வெய்யில் வராத அறைகளின்
இருக்கைகளில் சௌகரியம் இல்லை
என்றாலும்
அங்கேதான் அமர்ந்திருந்தோம்

பாட்டி வெத்திலை இடிக்கிறாள்
பழகிப்போன அதே தாளத்துடன்
பழகிய வெற்றிலைச் சுவை
என்றாலும்
அதனை உயர்த்திக் காட்டும்
அவளது பாவனையை
தடுப்பதில்லை முகம்

புகையிலைக் கொத்தை
மாட்டின் வாயில் வைக்கோல் சொருகுவது போல்
சொருகும் தாத்தா
வலிய சத்தத்துடன் குதப்புகிறார் .
அது ஒரு மாட்டின் சப்தத்துக்குச் சவாலாகவே
இருக்கிறது
அதற்காக அவர் நாணுவதில்லை

என்னுடைய
கண்ணாடிக் குவளையில்
க்ரீன் டீ நிரம்பியிருக்கிறது
நான் நாசூக்காய் அருந்துவேன்

வடிவான என் வாழ்வில்
பதுங்கியிருக்கிறது
அவர்களது வியர்வை

காலம் மிதித்துத் தேய்ந்த
பாட்டியின் உடம்பில்
ஒரு வனத்தின் சாயலும்
நறுமணமும் எஞ்சியிருக்கிறது

தாத்தாவின் கனத்த வயிற்றுச் சதையின்
மீது
காற்று விழுந்து புரள்கிறது
மழைக்கால மாலைப்பொழுதின் நனைக்கப்பட்ட
பாதைகளில்
கரைந்துகொண்டிருக்கிறது
ஆசீர்வதிக்கப்பட்டதொரு தருணம்.

❖

பாட்டிக்கு மிச்சமிருக்கும்
இன்னொரு நாளின்
அதிகாலையில்
நான் அவளது அறைக்குள்
பிரவேசிக்கிறேன்

மூத்திரம் துளையிட்ட
இரும்புக் கட்டிலின் மீது
நோயுற்ற பாட்டி
உதிர்ந்து கிடக்கிறாள்
மலம் பிசுபிசுக்கும் அறைக்குள்
நடக்க நுனிக்கால் போதும்

என் நாசியின் மீது
தீவிரமாகக் கவிழ்ந்து கிடக்கிறது
பூக்கள் வரையப்பட்ட கைக்குட்டை

திறக்க முடிகிற ஜன்னல் வழியே குதித்து ஓடுகிறது
இளம்வெய்யில்
ஜன்னலைத் திறக்க
மறுக்கிறாள் அம்மா
அறையைக் கடக்கக்கூடாதாம்
நிர்வாணமும் மலநாற்றமும்

தோலால் ஆனதொரு வடிவமாக
பாட்டி சரிந்திருக்கிறாள்
அவளது சுருக்கங்களின் மீது
சுருண்டு தேங்குகிறது எனது மனம்

நேற்றிரவு
என் நினைவடுக்குகளில் ஒடுங்கியிருந்த
அவள்
தந்த முத்தங்களை அவளுக்குத் திருப்பித் தரலாம்
எனும் விருப்பம்
உயிர் பெறாமல் போகிறது
திரும்பும் வழியில் எனது கால்களில் பட்டு
இடறி விழுகிறது
என் மீதான எனது நேசம்.

✣

கண்ணே
தூக்குக்கயிற்றுக்கும்
உனக்குமான தூரம்
அதிகமென்கிற நம்பிக்கையைக் கைவிடு
ஒரு நிமிடம் அல்லது ஐம்பது நொடிகளாகத்தான்
இருக்கும்

நான் அந்தத் தூரத்தை
அறிவேன்
கடந்துமிருக்கிறேன்

நீ அந்தத் தூரத்தைக்
கடந்து செல்வதற்கு
நாங்கள்
உனக்குக்
கற்றுத் தருவதில்லை
நாங்கள் வேறு வேலைகளில்
கவனமாக இருந்துவிடுகிறோம்

உன் முகத்தில் படியும்
அவநம்பிக்கையின்
கையறுநிலையை நாங்கள்
பொருட்படுத்துவதில்லை

அது காட்டும் அவமானங்களின்
சுவடுகளைப் பின்தொடர
யாருக்கும்
பொறுமையில்லை

உன்னை இழக்க விரும்பாத
உன்னை நேசிக்கக் கூடிய
ஒருவர்
உன் கைக்கெட்டாத் தொலைவில் இருக்கும் தருணத்தில்
உன் கைக்கெட்டுவது
அந்தக் கயிறு மட்டும்தான்

நீதி கேட்டு ஒரு போராட்டத்தை ஆரம்பிக்கிறோமே
தவிர
நம்பிக்கைகளின் பலவீனங்களிலிருந்து
உன்னைப்போல ஒருத்தியை
விடுவிப்பதும் இல்லை
உன்னைச் சூழ்ந்திருக்கும்
கயிறுகளின் பலத்தைப் பலவீனப்படுத்துவதும் இல்லை
முடிவுறாத இரவைப்போல
கயிறுகளின் பலமும்
எண்ணிக்கைகளும் மட்டும்
தினமும்
கூடிக் கொண்டிருக்கின்றன.

(ஐஐடியில் தற்கொலை செய்துகொண்ட பாத்திமாவுக்காக)

✦

எனக்குத் தெரியாது
இது நான்தானாவென்று
மரிஜூவானாவைப் புகைத்து
அதனுள் நுழையும்வரை

ஆணின் விலா எலும்பிலிருந்து
படைக்கப்பட்டதாகச் சொல்லப்பட்ட
எனதுடலில் சிறகொன்று முளைக்குமென
எனக்குத் தெரியாது

தொண்டைக்குள் வாளின் கூர்மையோடு
இறங்கும் புளிப்பேறிய வைனின சுவையில்
எனதுடல் ஒரு பருந்தென
நள்ளிரவின் சுடர் இருளை
முழு நிர்வாணத்தால் கிழித்து
எறிய முடியுமென
மூளையில் பதுங்கியிருந்த
பைசாசங்களின் சுமையை
சில முத்தங்களால்
இறக்கி வைப்பேனென்று.

யாரோ சொன்னது போலன்றி
எனது இந்த உடம்பு
நிலத்தின் அழுக்காலானது
கலைந்து திரியும்
மேகத்தைப் போலத் தீவிரமானது.

இன்றிரவு
முதல்முறையாக
நானறியாத
எனதுட
என்னோடு
அழைத்து
வருகிறேன்

அறிந்துகொள்ளச் செய்த
மரிஜூவானாவுக்கு
நன்றி.

✣

சமன்

ஒரு நாளைவிட மற்றொரு நாள்
ஒரு வருத்தத்துக்கு மாற்றாய்
வேறொரு வருத்தம்
ஒரு துரோகத்திற்கு மாற்றாய்
வேறொரு துரோகம்
ஒரு துக்கத்திலிருந்து வெளியேற
வேறொரு துக்கம்
என சமன் செய்கிற
வாழ்வு
என்றுணர்கையில்
அவமானம் பிடுங்கித்
தின்கிறது
ஒரு நாளின் மீது
மற்றொரு நாள்
புழுவைப் போல தடயங்களின்றி
சத்தமின்றி ஊர்ந்து செல்கிறது

காலத்தின் மீது படிந்து
கிடக்கிற ஒட்டடைகளை
சற்றே கலைத்து விடு
கடும் தும்மலுக் கிடையில்
இந்த நாள் விடியட்டும்.

✣

இறுதிநாள்

இந்தப் பயணத்திலும் ஒரு
இறுதிநாள்
துரதிருஷ்ட வசமாக அல்லது
அதிர்ஷ்ட வசமாக
அந்நாளை முடிவுக்குக் கொண்டுவரும்
சாதுர்யம் ஏனோ கைகூடி
வரவில்லை

நிறங்கள் அன்னியப்படுத்தாத
மனிதர்களோடு
வெய்யில் படுத்திருக்கும்
புல்வெளி
சுருட்டி வைக்கப்பட்ட
படுக்கை
கதவருகில்
மௌனமாய் நின்றிருக்கும்
ஒரு ஜோடி ஷூக்கள்
நீள நடைப்பயணங்களில்
ஓடையோடு நகரும் ஒற்றை
வழிப் பாதை
வினோதமான பறவைகளின்
அணுக்கம்
ஒக்கேரியின்* சுருட்டிக்கட்டிய
தலைமுடி என நீண்டு
திரிகிற கதைகளால் ஆன
உணவு மேசையில்
மிட்டாயை நுணுக்கி
உண்ணும் குழந்தையென
கடைசி இரவை
சுவைக்கிறேன்
விடைபெற இயலா இரவு
உணவுமேசையின் மீது
அமர்ந்திருக்கிறது எங்களோடு.
ஒரு வரைபடம்போல
கச்சிதமாக.

✣

---
* ஒக்கேரி ஆப்ரிக்க பெண் தோழி

இந்த உடல்

எனக்கும் அவளுக்கும் இடையே
எளிதில் கடக்க முடிகிற
மூன்று அடிகள்
உடைகளுக்குள்
புதையும் குளிரில் நடுங்கும்
என் உடல்.

நீச்சல் குளத்தின் நீள் வரிசையில்
ஷவரில் உடல் நனையக் காத்திருக்கும்
எங்களது உடல்கள்

மூன்றடித் தூரத்தில்
உடைகளற்ற ஓர் உடல்
வனத்தின் சாயலோடு

முழுவதுமாக வளர்ந்து
தலைகவிழ்ந்த முலைகள்
மிதக்கும் நிலவென
மயிர்க்காட்டில் ஒளிந்து
கிடக்கும் யோனி

ஓடிக்கொண்டிருக்கும் நீரில்
இலக்கின்றிக்
கரைந்தோடுகிறது அவளது உடல்

இறுகிக் கட்டிய இளக
முடியாத எனது உடல்
என் தோளில்
வேதாளம்.

✦

வீடுபேறு

காரை பெயர்ந்த
சுவரின் மீது
சற்றுமுன் பெய்யத் துவங்கிற்று
ஒரு மழை

முன்பொரு நாள் பயணத்தில்
குடையாய் உடன் வந்தது
வேறொரு மழை

பாதையற்ற பாதைகளில்
நாடோடிகளாக மாற
இயலா பயணிக்கு
வீடு திரும்புதல்
இறுதிக் கனவு

பேரமைதிக்குப்
பழகிய வீட்டின்
முணுமுணுக்கும் கதவுகள்
குதூகலமாய் விரிய
ஜன்னலுக்கு அப்பால்
எஞ்சியிருக்கிறது
நெருக்கமாய்

ஒரு காடு

எட்டாத தொலைவில்
வலிய சத்தத்தோடு
உலவும் ஒரு நகரம்

தூசு பறக்கும் நிலத்தில்
விழுந்து
நெட்டி முறிக்கும்
காற்றின் முதுகில் எஞ்சும்
சிராய்ப்புகள்

சுவரில் நான் விட்டுச் சென்றிருந்த
ஓவியத்தின் மரக்கிளைகளில்
புத்தம் புதியதாய்
ஒரு பறவைக் கூடும் ஒரு பறவையும்
சின்னஞ்சிறு முட்டைகளுமாய்
ஒரு பெருவாழ்வு

என் தனிமை பெருக்கும்
கண்ணீர்
நீர்ப் பறவைக்கூட்டினை
மூழ்கச் செய்துவிடும்
என்கிற பதற்றத்தில்
ஒத்தி வைக்கிறேன்
என் கண்ணீரை.

✜

தனிமை

அரவமற்ற தெருவிலிருந்து
நான் அழைத்து வந்த
தனிமையின் ஒரு துண்டு

இருள் அலையும்
எனதறையில்
ஒளி கசியும் ஒரு விளக்கு

வரவேற்பறை தாண்டிய முற்றத்தில்
ஒரு சந்தேகப்பிராணி
இறுக்கிக் கட்டிய
எனது உள்ளாடைக்குள்
கிசுகிசுக்கும் காதலன்

மறுக்கப்படுகிற வெளியில்
ஒரு துயரம்

மரங்களிலிருந்து உதிர்ந்துகொண்டிருக்கிற
பறவைகளின் ஒலியில்
விழித்தெழும் மிருகம்

விழித்தெழுகிற மிருகத்தின் நிரந்தரக் காதலி
நான்.

✤

எனக்கான கூடு

குட்டி பால்கனிகளில்
நிரம்பிய அடுக்குமாடித் தளங்களில்
என் வீட்டு பால்கனியிடுக்கில்
முட்டைகளிட்டுக்
குஞ்சுகளைக் கூட்டிச்செல்லவியலுமென
ஊகிக்கும் மணிக்கண் பறவை அறியாது

அதன் வெம்மை கூடிய சிறகினுள்
எனது இருப்பை.

✤

பரிசளிக்க இயலாக் காடு

இன்று
அவளது வருகையில் ஒரு
அபத்த நாடகம் என் வீட்டு வரவேற்பறையில்
நிகழ்கிறது``
வறண்ட நிலத்தில் விழுகிற நிழலென
அவளது கண்களுக்குக்
கீழாகச் சில இருள்
வளையங்கள்

பட்டாம்பூச்சி ஒன்று கக்கத்தில் படபடத்தது
பயத்தை மலையாகக் குவித்திருந்த
இரு கருநீல விழிகளை அன்றும் பார்த்தேன்

பட்டாம்பூச்சியைப் படுக்கையிலும்
விழிகளில் உருண்ட பயத்தைக் கழட்டி டேபிளிலும்
ஊர விட்டாள்

தனக்குள் அடைகாத்திருந்த மௌனத்திருந்த
தூசனைகளை வாஷ்பேசினில்
உமிழ்ந்து
தண்ணீரால் கழுவினாள்

நிலைக்கண்ணாடியில்
பதிகிற ஸ்டிக்கர்பொட்டின் மீது
தெறித்து அமர்கிறது நொறுங்கிச் சிதற இயலாத
வெறுப்பு
எங்களது
நீளும் உள்ளங்கைகளுக்குள்
தடுமாறும் வாதை

காடுகளை யாசிப்பவளுக்குப் பரிசளிக்க
யாரிடமும்
இல்லை
ஒரு காடு
வீடில்லா ஓர் உலகு தேடும் அவளது பயணம்
கக்கத்துப் பட்டாம்பூச்சியோடு
வனாந்திரங்கள் பெருகும் காலமொன்றில்
அவளுக்கும் வாய்க்கட்டும் ஓர் கானகம்

அன்றிரவு என் மேசையின் மீது
பயம் மினுங்கும்
இரு கருநீல விழிகள் உருண்டுகொண்டிருந்தன
இப்பேரண்டத்தின் அமைதியின்மீது.

✤

விடைபெறும் இளமை

வேறொரு பயணத்தின் வழித்தடத்தில்
நாம் சந்தித்துக் கொண்டோம்
வேற்றுத் தேசத்துப்பறவைகள் போல

கைகளில் தேங்க மறுத்த காலம்
வெகுவாகத் தள்ளிப்போய்
விட்டிருந்தது
இன்றுகூட இப்படித்தான் வேகமாகக் கடந்து
கொண்டிருக்கிறது.

நமக்கு வெளியே
தயங்கியபடி நின்றுகொண்டிருந்தன
நலவிசாரிப்புகள்

இன்று இச்சந்திப்பை நான் எதிர்பார்த்திருக்கவில்லை
என்றேன்
நீண்ட நாளாயிற்று இங்கு உன்னிடத்தில் வந்து
இது விடைபெறும் தருணம் என்றது

இருள் மிதக்கும் ஓடைக்குள் பயணிக்கிற
புகைவண்டியின்
ஓசை
பெருமழையின் துணையோடு
நினைவுகளைத் தூரெடுக்கிறது

சல்மா

மழையென நெருக்கமாய்ப் புழங்கும் என் மொழி
பிரியாத உதடுகளுக்குள்ளாகச்
சிதற
முனையற்ற வார்த்தைகள்
தன் வீடு திரும்புகின்றன

ஓய்வேயில்லாமல் நனைந்தும்
வர்ணங்களை இழக்காத
பறவைகளை
பொறாமை மினுங்கும் வேகத்துடன் துரத்திச்சென்ற
என் ஒளி மங்கிய விழிகள்
திரும்பிவராமல் எங்கோ
அந்தரத்தில் பதுங்கிக்கிடக்கிறது

நானல்லாத
வேறொரு முகம் காட்டி
நழுவும் என் நிலைக்கண்ணாடி

தளர்ந்துகிடக்கும் தோலை
சாட்சியாக வைத்து விடைபெற கேட்கிறது

பற்றி எரியும் இரவை உடைத்து
இருளில் நனைத்து
கரித்துண்டங்களாக்கி
மனதில் அடுக்குகிறேன்.

மரணத்தின் அருகாமையில் நின்றுகொண்டிருக்கும்
முதியவர் ஒருவரின் இதமான உடல் வாசனை
தாண்டிச் செல்வது என்னையும்தான்.

✜

காதல்

நீ வந்தது எனக்குத்தெரியாது
வந்திருப்பது நீதானா எனவும்
காலத்திலிருந்தா கனவிலிருந்தா
அதுவும் அறியேன்
உடலில்லை குரலில்லை

காதல் இல்லை காமமும் இல்லை
இருந்தும் காற்றின் ஓயாத களிப்பிற்கும்
காட்டுப்பூக்களின் எல்லை யில்லாத
மொட்டவிழ்த்தலுக்கும்
இடைப்பட்ட காலத்தில்
இரவு மணக்கும் திசையிலிருந்து
உன் வருகை
ஒரு அடக்குமுறை என நிகழ்ந்து நிலைக்கிறது
அதிர்ஷ்டவசமாக
உன் வருகையை ஏற்கும்
வறண்ட நிலமாக ஏதுமில்லை இங்கு.

✤

கடந்து செல்லாத மரணம்

துக்க நாளொன்றின் நினைவு நாள்
இன்று
நோயுற்ற நாய்க்குட்டி என
எனது மேசைக்குக் கீழே சுருண்டுகிடக்கிறது
இந்தக் கொடிய நாள்
கழுவ மறந்த காபிகோப்பையின் வரண்டையில்
ஒட்டிக்கிடக்கிறது

நாள்காட்டியில் துடித்துக்கொண்டிருக்கும்
அந்த நாளின் இருப்பைக் கிழித்தெறி

இந்த நாள் செல்லாததென்று
எனக்குள் அறிவித்துக்கொள்

திறந்துகிடக்கும் பால்கனிக்கு
வெளியே பகட்டாகத் திரியும் சூரியனை
விரட்டு
முந்தைய நாளில் மீந்த உணவை
உண்ணு
முதல் நாள்தான் இன்னும் மிச்சமிருப்பதான
பாவனைக்கு உதவும்

இன்றைய தினசரியைத் திறக்காத கதவுக்கு வெளியே
காத்திருக்கச் செய்

நாளை மாற்றி மாற்றி யோசி
இந்த நாளில் அன்று நிகழ்ந்த மரணத்தை
அதுதரும் துக்கத்தைக்
காலத்தால் குழப்பு

கசகசக்கும்
நினைவுகளை
டிஷூ பேப்பரில் வழித்துத் துடைத்துக் குப்பையில்
எறி
சுவரில் இரைதேடும்
சுவர்ப் பல்லிக்குப்
பூச்சிகள் தீர்ந்த பிறகு இந்த நாளை
அதன் பசிக்கு உணவாக்கு..
ஒரு மரணம் இன்னொரு முறை நிகழாமல் அந்த
மனிதனைக் காப்பாற்ற
இந்த நாளை இல்லாமல் செய் அல்லது
இந்த நாளைக் கொலை செய்.
போதும்.

✦

வலுக்கும் புயல்

இன்னும் சற்று நேரத்தில்
புயல் கடக்கப்போகிறது நகரத்தை

முடிவுறாமல்
பெருகும் மழை

உடல்மீது படிகிறது
பெரும் களைப்பு

காற்றின் வசப்பட்டுத் தலை விரிக்கும் மரம்

இரவெல்லாம் விழித்திருந்து
சற்றமர்ந்து
ஆசுவாசம் கொள்ளவியலாமல்
பறவைகள்
இரைந்து திரிகிற வானம்

ஆளற்ற எதிர் வீட்டின்
வாசலில் தனித்திருக்கும் ஒற்றை நாற்காலி

காற்று சன்னல் கதவில் உரசுவது போல முணுமுணுத்து
முறியும்
உன் சொற்கள்...

✤